In Loving Memory of:

____

__________ *to* __________

Photo Memories

Name: ______________________ Date: ____________

Email / Phone: ______________________

Address: ______________________

Comments: ______________________

____

____

Name: ______________________ Date: ____________

Email / Phone: ______________________

Address: ______________________

Comments: ______________________

____

____

Name: ______________________ Date: ____________

Email / Phone: ______________________

Address: ______________________

Comments: ______________________

____

____

Name: ______________________ Date: ____________

Email / Phone: ______________________

Address: ______________________

Comments: ______________________

____

____

Name: ______________________ Date: ____________

Email / Phone: ______________________

Address: ______________________

Comments: ______________________

____

____

Name: ______________________ Date: ____________

Email / Phone: ______________________

Address: ______________________

Comments: ______________________

____

____

Name: ______________________ Date: ____________

Email / Phone: ______________________

Address: ______________________

Comments: ______________________

____

____

Name: ______________________ Date: ____________

Email / Phone: ______________________

Address: ______________________

Comments: ______________________

____

____

Name: ______________________ Date: ____________

Email / Phone: ______________________

Address: ______________________

Comments: ______________________

____

____

Name: ______________________ Date: __________

Email / Phone: ______________________

Address: ______________________

Comments: ______________________

____

____

Name: ______________________ Date: __________

Email / Phone: ______________________

Address: ______________________

Comments: ______________________

____

____

Name: ______________________ Date: __________

Email / Phone: ______________________

Address: ______________________

Comments: ______________________

____

____

Name: ______________________ Date: __________

Email / Phone: ______________________

Address: ______________________

Comments: ______________________

____

____

Name: ______________________ Date: __________

Email / Phone: ______________________

Address: ______________________

Comments: ______________________

____

____

Name: ______________________ Date: __________

Email / Phone: ______________________

Address: ______________________

Comments: ______________________

____

____

Name: ______________________ Date: __________

Email / Phone: ______________________

Address: ______________________

Comments: ______________________

____

____

Name: ______________________ Date: __________

Email / Phone: ______________________

Address: ______________________

Comments: ______________________

____

____

Name: ______________________ Date: __________

Email / Phone: ______________________

Address: ______________________

Comments: ______________________

____

____

Name: ______________________ Date: ____________

Email / Phone: ______________________

Address: ______________________

Comments: ______________________

____

____

Name: ______________________ Date: ____________

Email / Phone: ______________________

Address: ______________________

Comments: ______________________

____

____

Name: ______________________ Date: ____________

Email / Phone: ______________________

Address: ______________________

Comments: ______________________

____

____

Name: ______________________ Date: __________

Email / Phone: ______________________

Address: ______________________

Comments: ______________________

____

____

Name: ______________________ Date: __________

Email / Phone: ______________________

Address: ______________________

Comments: ______________________

____

____

Name: ______________________ Date: __________

Email / Phone: ______________________

Address: ______________________

Comments: ______________________

____

____

Name: ______________________ Date: __________

Email / Phone: ______________________

Address: ______________________

Comments: ______________________

____

____

Name: ______________________ Date: __________

Email / Phone: ______________________

Address: ______________________

Comments: ______________________

____

____

Name: ______________________ Date: __________

Email / Phone: ______________________

Address: ______________________

Comments: ______________________

____

____

Name: ______________________ Date: ____________

Email / Phone: ______________________

Address: ______________________

Comments: ______________________

____

____

Name: ______________________ Date: ____________

Email / Phone: ______________________

Address: ______________________

Comments: ______________________

____

____

Name: ______________________ Date: ____________

Email / Phone: ______________________

Address: ______________________

Comments: ______________________

____

____

Name: ______________________ Date: __________

Email / Phone: ______________________

Address: ______________________

Comments: ______________________

____

____

Name: ______________________ Date: __________

Email / Phone: ______________________

Address: ______________________

Comments: ______________________

____

____

Name: ______________________ Date: __________

Email / Phone: ______________________

Address: ______________________

Comments: ______________________

____

____

Name: ______________________ Date: __________

Email / Phone: ______________________

Address: ______________________

Comments: ______________________

____

____

Name: ______________________ Date: __________

Email / Phone: ______________________

Address: ______________________

Comments: ______________________

____

____

Name: ______________________ Date: __________

Email / Phone: ______________________

Address: ______________________

Comments: ______________________

____

____

Name: ______________________ Date: ____________

Email / Phone: ______________________

Address: ______________________

Comments: ______________________

____

____

Name: ______________________ Date: ____________

Email / Phone: ______________________

Address: ______________________

Comments: ______________________

____

____

Name: ______________________ Date: ____________

Email / Phone: ______________________

Address: ______________________

Comments: ______________________

____

____

Name: ______________________ Date: __________

Email / Phone: ______________________

Address: ______________________

Comments: ______________________

____

____

Name: ______________________ Date: __________

Email / Phone: ______________________

Address: ______________________

Comments: ______________________

____

____

Name: ______________________ Date: __________

Email / Phone: ______________________

Address: ______________________

Comments: ______________________

____

____

Name: ______________________ Date: ____________

Email / Phone: ______________________

Address: ______________________

Comments: ______________________

____

____

Name: ______________________ Date: ____________

Email / Phone: ______________________

Address: ______________________

Comments: ______________________

____

____

Name: ______________________ Date: ____________

Email / Phone: ______________________

Address: ______________________

Comments: ______________________

____

____

Name: ____________________ Date: __________

Email / Phone: ____________________

Address: ____________________

Comments: ____________________

____

____

Name: ____________________ Date: __________

Email / Phone: ____________________

Address: ____________________

Comments: ____________________

____

____

Name: ____________________ Date: __________

Email / Phone: ____________________

Address: ____________________

Comments: ____________________

____

____

Name: ______________________ Date: ____________

Email / Phone: ______________________________

Address: ______________________________

Comments: ______________________________

____

____

Name: ______________________ Date: ____________

Email / Phone: ______________________________

Address: ______________________________

Comments: ______________________________

____

____

Name: ______________________ Date: ____________

Email / Phone: ______________________________

Address: ______________________________

Comments: ______________________________

____

____

Name: ______________________ Date: __________

Email / Phone: ______________________

Address: ______________________

Comments: ______________________

____

____

Name: ______________________ Date: __________

Email / Phone: ______________________

Address: ______________________

Comments: ______________________

____

____

Name: ______________________ Date: __________

Email / Phone: ______________________

Address: ______________________

Comments: ______________________

____

____

Name: ______________________ Date: ____________

Email / Phone: ______________________________

Address: ______________________________

Comments: ______________________________

____

____

Name: ______________________ Date: ____________

Email / Phone: ______________________________

Address: ______________________________

Comments: ______________________________

____

____

Name: ______________________ Date: ____________

Email / Phone: ______________________________

Address: ______________________________

Comments: ______________________________

____

____

Name: ______________________ Date: __________

Email / Phone: ______________________________

Address: ___________________________________

Comments: __________________________________

____

____

Name: ______________________ Date: __________

Email / Phone: ______________________________

Address: ___________________________________

Comments: __________________________________

____

____

Name: ______________________ Date: __________

Email / Phone: ______________________________

Address: ___________________________________

Comments: __________________________________

____

____

Name: ______________________ Date: ____________

Email / Phone: ______________________

Address: ______________________

Comments: ______________________

____

____

Name: ______________________ Date: ____________

Email / Phone: ______________________

Address: ______________________

Comments: ______________________

____

____

Name: ______________________ Date: ____________

Email / Phone: ______________________

Address: ______________________

Comments: ______________________

____

____

Name: ______________________ Date: __________

Email / Phone: ______________________

Address: ______________________

Comments: ______________________

____

____

Name: ______________________ Date: __________

Email / Phone: ______________________

Address: ______________________

Comments: ______________________

____

____

Name: ______________________ Date: __________

Email / Phone: ______________________

Address: ______________________

Comments: ______________________

____

____

Name: ______________________ Date: ____________

Email / Phone: ______________________

Address: ______________________

Comments: ______________________

____

____

Name: ______________________ Date: ____________

Email / Phone: ______________________

Address: ______________________

Comments: ______________________

____

____

Name: ______________________ Date: ____________

Email / Phone: ______________________

Address: ______________________

Comments: ______________________

____

____

Name: ______________________ Date: __________

Email / Phone: ______________________

Address: ______________________

Comments: ______________________

____

____

Name: ______________________ Date: __________

Email / Phone: ______________________

Address: ______________________

Comments: ______________________

____

____

Name: ______________________ Date: __________

Email / Phone: ______________________

Address: ______________________

Comments: ______________________

____

____

Name: ______________________ Date: __________

Email / Phone: ______________________

Address: ______________________

Comments: ______________________

____

____

Name: ______________________ Date: __________

Email / Phone: ______________________

Address: ______________________

Comments: ______________________

____

____

Name: ______________________ Date: __________

Email / Phone: ______________________

Address: ______________________

Comments: ______________________

____

____

Name: ______________________________ Date: ____________

Email / Phone: ______________________________

Address: ______________________________

Comments: ______________________________

____

____

Name: ______________________________ Date: ____________

Email / Phone: ______________________________

Address: ______________________________

Comments: ______________________________

____

____

Name: ______________________________ Date: ____________

Email / Phone: ______________________________

Address: ______________________________

Comments: ______________________________

____

____

Name: ____________________ Date: __________

Email / Phone: ____________________

Address: ____________________

Comments: ____________________

____

____

Name: ____________________ Date: __________

Email / Phone: ____________________

Address: ____________________

Comments: ____________________

____

____

Name: ____________________ Date: __________

Email / Phone: ____________________

Address: ____________________

Comments: ____________________

____

____

Name: ______________________ Date: __________

Email / Phone: ______________________

Address: ______________________

Comments: ______________________

____

____

Name: ______________________ Date: __________

Email / Phone: ______________________

Address: ______________________

Comments: ______________________

____

____

Name: ______________________ Date: __________

Email / Phone: ______________________

Address: ______________________

Comments: ______________________

____

____

Name: ______________________ Date: ____________

Email / Phone: ______________________

Address: ______________________

Comments: ______________________

____

____

Name: ______________________ Date: ____________

Email / Phone: ______________________

Address: ______________________

Comments: ______________________

____

____

Name: ______________________ Date: ____________

Email / Phone: ______________________

Address: ______________________

Comments: ______________________

____

____

Name: ______________________ Date: __________

Email / Phone: ______________________

Address: ______________________

Comments: ______________________

____

____

Name: ______________________ Date: __________

Email / Phone: ______________________

Address: ______________________

Comments: ______________________

____

____

Name: ______________________ Date: __________

Email / Phone: ______________________

Address: ______________________

Comments: ______________________

____

____

Name: ______________________ Date: ______________

Email / Phone: ______________________________

Address: ______________________________

Comments: ______________________________

____

____

Name: ______________________ Date: ______________

Email / Phone: ______________________________

Address: ______________________________

Comments: ______________________________

____

____

Name: ______________________ Date: ______________

Email / Phone: ______________________________

Address: ______________________________

Comments: ______________________________

____

____

Name: ______________________ Date: __________

Email / Phone: ______________________

Address: ______________________

Comments: ______________________

____

____

Name: ______________________ Date: __________

Email / Phone: ______________________

Address: ______________________

Comments: ______________________

____

____

Name: ______________________ Date: __________

Email / Phone: ______________________

Address: ______________________

Comments: ______________________

____

____

Name: ____________________ Date: __________

Email / Phone: ____________________

Address: ____________________

Comments: ____________________

____

____

Name: ____________________ Date: __________

Email / Phone: ____________________

Address: ____________________

Comments: ____________________

____

____

Name: ____________________ Date: __________

Email / Phone: ____________________

Address: ____________________

Comments: ____________________

____

____

Name: ______________________ Date: __________

Email / Phone: ______________________

Address: ______________________

Comments: ______________________

____

____

Name: ______________________ Date: __________

Email / Phone: ______________________

Address: ______________________

Comments: ______________________

____

____

Name: ______________________ Date: __________

Email / Phone: ______________________

Address: ______________________

Comments: ______________________

____

____

Name: ______________________ Date: __________

Email / Phone: ______________________

Address: ______________________

Comments: ______________________

____

____

Name: ______________________ Date: __________

Email / Phone: ______________________

Address: ______________________

Comments: ______________________

____

____

Name: ______________________ Date: __________

Email / Phone: ______________________

Address: ______________________

Comments: ______________________

____

____

Name: ______________________ Date: ____________

Email / Phone: ______________________

Address: ______________________

Comments: ______________________

____

____

Name: ______________________ Date: ____________

Email / Phone: ______________________

Address: ______________________

Comments: ______________________

____

____

Name: ______________________ Date: ____________

Email / Phone: ______________________

Address: ______________________

Comments: ______________________

____

____

Name: ______________________ Date: __________

Email / Phone: ______________________

Address: ______________________

Comments: ______________________

____

____

Name: ______________________ Date: __________

Email / Phone: ______________________

Address: ______________________

Comments: ______________________

____

____

Name: ______________________ Date: __________

Email / Phone: ______________________

Address: ______________________

Comments: ______________________

____

____

Name: ____________________ Date: __________

Email / Phone: ____________________

Address: ____________________

Comments: ____________________

Name: ____________________ Date: __________

Email / Phone: ____________________

Address: ____________________

Comments: ____________________

Name: ____________________ Date: __________

Email / Phone: ____________________

Address: ____________________

Comments: ____________________

Name: ______________________ Date: __________

Email / Phone: ______________________

Address: ______________________

Comments: ______________________

____

____

Name: ______________________ Date: __________

Email / Phone: ______________________

Address: ______________________

Comments: ______________________

____

____

Name: ______________________ Date: __________

Email / Phone: ______________________

Address: ______________________

Comments: ______________________

____

____

Name: ______________________ Date: __________

Email / Phone: ______________________

Address: ______________________

Comments: ______________________

____

____

Name: ______________________ Date: __________

Email / Phone: ______________________

Address: ______________________

Comments: ______________________

____

____

Name: ______________________ Date: __________

Email / Phone: ______________________

Address: ______________________

Comments: ______________________

____

____

Name: ______________________ Date: __________

Email / Phone: ______________________

Address: ______________________

Comments: ______________________

____

____

Name: ______________________ Date: __________

Email / Phone: ______________________

Address: ______________________

Comments: ______________________

____

____

Name: ______________________ Date: __________

Email / Phone: ______________________

Address: ______________________

Comments: ______________________

____

____

Name: ______________________________ Date: ______________

Email / Phone: ______________________________

Address: ______________________________

Comments: ______________________________

____

____

Name: ______________________________ Date: ______________

Email / Phone: ______________________________

Address: ______________________________

Comments: ______________________________

____

____

Name: ______________________________ Date: ______________

Email / Phone: ______________________________

Address: ______________________________

Comments: ______________________________

____

____

Name: ______________________ Date: ____________

Email / Phone: ______________________

Address: ______________________

Comments: ______________________

____

____

Name: ______________________ Date: ____________

Email / Phone: ______________________

Address: ______________________

Comments: ______________________

____

____

Name: ______________________ Date: ____________

Email / Phone: ______________________

Address: ______________________

Comments: ______________________

____

____

Name: Date:

Email / Phone:

Address:

Comments:

Name: Date:

Email / Phone:

Address:

Comments:

Name: Date:

Email / Phone:

Address:

Comments:

Name: ______________________ Date: ____________

Email / Phone: ______________________

Address: ______________________

Comments: ______________________

____

____

Name: ______________________ Date: ____________

Email / Phone: ______________________

Address: ______________________

Comments: ______________________

____

____

Name: ______________________ Date: ____________

Email / Phone: ______________________

Address: ______________________

Comments: ______________________

____

____

Name: ______________________ Date: __________

Email / Phone: ______________________

Address: ______________________

Comments: ______________________

____

____

Name: ______________________ Date: __________

Email / Phone: ______________________

Address: ______________________

Comments: ______________________

____

____

Name: ______________________ Date: __________

Email / Phone: ______________________

Address: ______________________

Comments: ______________________

____

____

Name: ______________________ Date: ____________

Email / Phone: ______________________

Address: ______________________

Comments: ______________________

____

____

Name: ______________________ Date: ____________

Email / Phone: ______________________

Address: ______________________

Comments: ______________________

____

____

Name: ______________________ Date: ____________

Email / Phone: ______________________

Address: ______________________

Comments: ______________________

____

____

Name: Date:

Email / Phone:

Address:

Comments:

Name: Date:

Email / Phone:

Address:

Comments:

Name: Date:

Email / Phone:

Address:

Comments:

Name: ______________________ Date: ____________
Email / Phone: ______________________
Address: ______________________
Comments: ______________________
____
____

Name: ______________________ Date: ____________
Email / Phone: ______________________
Address: ______________________
Comments: ______________________
____
____

Name: ______________________ Date: ____________
Email / Phone: ______________________
Address: ______________________
Comments: ______________________
____
____

Name: Date:
Email / Phone:
Address:
Comments:

Name: Date:
Email / Phone:
Address:
Comments:

Name: Date:
Email / Phone:
Address:
Comments:

Name: ______________________ Date: __________

Email / Phone: ______________________

Address: ______________________

Comments: ______________________

____

____

Name: ______________________ Date: __________

Email / Phone: ______________________

Address: ______________________

Comments: ______________________

____

____

Name: ______________________ Date: __________

Email / Phone: ______________________

Address: ______________________

Comments: ______________________

____

____

Name: Date:

Email / Phone:

Address:

Comments:

Name: Date:

Email / Phone:

Address:

Comments:

Name: Date:

Email / Phone:

Address:

Comments:

Name: ______________________ Date: __________

Email / Phone: ______________________

Address: ______________________

Comments: ______________________

____

____

Name: ______________________ Date: __________

Email / Phone: ______________________

Address: ______________________

Comments: ______________________

____

____

Name: ______________________ Date: __________

Email / Phone: ______________________

Address: ______________________

Comments: ______________________

____

____

Name: Date:

Email / Phone:

Address:

Comments:

Name: Date:

Email / Phone:

Address:

Comments:

Name: Date:

Email / Phone:

Address:

Comments:

Name: ______________________ Date: ____________

Email / Phone: ______________________

Address: ______________________

Comments: ______________________

____

____

Name: ______________________ Date: ____________

Email / Phone: ______________________

Address: ______________________

Comments: ______________________

____

____

Name: ______________________ Date: ____________

Email / Phone: ______________________

Address: ______________________

Comments: ______________________

____

____

Name: ______________________ Date: ____________

Email / Phone: ______________________

Address: ______________________

Comments: ______________________

____

____

Name: ______________________ Date: ____________

Email / Phone: ______________________

Address: ______________________

Comments: ______________________

____

____

Name: ______________________ Date: ____________

Email / Phone: ______________________

Address: ______________________

Comments: ______________________

____

____

Name: ______________________ Date: ____________

Email / Phone: ______________________

Address: ______________________

Comments: ______________________

____

____

Name: ______________________ Date: ____________

Email / Phone: ______________________

Address: ______________________

Comments: ______________________

____

____

Name: ______________________ Date: ____________

Email / Phone: ______________________

Address: ______________________

Comments: ______________________

____

____

Name: ______________________ Date: ____________

Email / Phone: ______________________

Address: ______________________

Comments: ______________________

____

____

Name: ______________________ Date: ____________

Email / Phone: ______________________

Address: ______________________

Comments: ______________________

____

____

Name: ______________________ Date: ____________

Email / Phone: ______________________

Address: ______________________

Comments: ______________________

____

____

Name: ______________________ Date: __________

Email / Phone: ______________________

Address: ______________________

Comments: ______________________

____

____

Name: ______________________ Date: __________

Email / Phone: ______________________

Address: ______________________

Comments: ______________________

____

____

Name: ______________________ Date: __________

Email / Phone: ______________________

Address: ______________________

Comments: ______________________

____

____

Name: ______________________ Date: ____________

Email / Phone: ______________________

Address: ______________________

Comments: ______________________

____

____

Name: ______________________ Date: ____________

Email / Phone: ______________________

Address: ______________________

Comments: ______________________

____

____

Name: ______________________ Date: ____________

Email / Phone: ______________________

Address: ______________________

Comments: ______________________

____

____

Name: ______________________ Date: __________

Email / Phone: ______________________

Address: ______________________

Comments: ______________________

____

____

Name: ______________________ Date: __________

Email / Phone: ______________________

Address: ______________________

Comments: ______________________

____

____

Name: ______________________ Date: __________

Email / Phone: ______________________

Address: ______________________

Comments: ______________________

____

____

Name: ______________________ Date: __________

Email / Phone: ______________________________

Address: ______________________________

Comments: ______________________________

____

____

Name: ______________________ Date: __________

Email / Phone: ______________________________

Address: ______________________________

Comments: ______________________________

____

____

Name: ______________________ Date: __________

Email / Phone: ______________________________

Address: ______________________________

Comments: ______________________________

____

____

Name: ______________________ Date: ____________

Email / Phone: ______________________

Address: ______________________

Comments: ______________________

____

____

Name: ______________________ Date: ____________

Email / Phone: ______________________

Address: ______________________

Comments: ______________________

____

____

Name: ______________________ Date: ____________

Email / Phone: ______________________

Address: ______________________

Comments: ______________________

____

____

Name: ______________________ Date: __________

Email / Phone: ______________________

Address: ______________________

Comments: ______________________

____

____

Name: ______________________ Date: __________

Email / Phone: ______________________

Address: ______________________

Comments: ______________________

____

____

Name: ______________________ Date: __________

Email / Phone: ______________________

Address: ______________________

Comments: ______________________

____

____

Name: _________________________ Date: ____________

Email / Phone: ______________________________

Address: ______________________________

Comments: ______________________________

____

____

Name: _________________________ Date: ____________

Email / Phone: ______________________________

Address: ______________________________

Comments: ______________________________

____

____

Name: _________________________ Date: ____________

Email / Phone: ______________________________

Address: ______________________________

Comments: ______________________________

____

____

Name: Date:
Email / Phone:
Address:
Comments:

Name: Date:
Email / Phone:
Address:
Comments:

Name: Date:
Email / Phone:
Address:
Comments:

Name: ______________________ Date: __________

Email / Phone: ______________________

Address: ______________________

Comments: ______________________

____

____

Name: ______________________ Date: __________

Email / Phone: ______________________

Address: ______________________

Comments: ______________________

____

____

Name: ______________________ Date: __________

Email / Phone: ______________________

Address: ______________________

Comments: ______________________

____

____

Name: ______________________ Date: __________

Email / Phone: ______________________

Address: ______________________

Comments: ______________________

____

____

Name: ______________________ Date: __________

Email / Phone: ______________________

Address: ______________________

Comments: ______________________

____

____

Name: ______________________ Date: __________

Email / Phone: ______________________

Address: ______________________

Comments: ______________________

____

____

Name: ____________________ Date: __________

Email / Phone: ____________________

Address: ____________________

Comments: ____________________

____

____

Name: ____________________ Date: __________

Email / Phone: ____________________

Address: ____________________

Comments: ____________________

____

____

Name: ____________________ Date: __________

Email / Phone: ____________________

Address: ____________________

Comments: ____________________

____

____

Name: ______________________ Date: __________

Email / Phone: ______________________

Address: ______________________

Comments: ______________________

____

____

Name: ______________________ Date: __________

Email / Phone: ______________________

Address: ______________________

Comments: ______________________

____

____

Name: ______________________ Date: __________

Email / Phone: ______________________

Address: ______________________

Comments: ______________________

____

____

Name: ______________________ Date: ____________

Email / Phone: ______________________________

Address: ______________________________

Comments: ______________________________

____

____

Name: ______________________ Date: ____________

Email / Phone: ______________________________

Address: ______________________________

Comments: ______________________________

____

____

Name: ______________________ Date: ____________

Email / Phone: ______________________________

Address: ______________________________

Comments: ______________________________

____

____

Name: Date:

Email / Phone:

Address:

Comments:

Name: Date:

Email / Phone:

Address:

Comments:

Name: Date:

Email / Phone:

Address:

Comments:

Name: ______________________ Date: __________

Email / Phone: ______________________

Address: ______________________

Comments: ______________________

____

____

Name: ______________________ Date: __________

Email / Phone: ______________________

Address: ______________________

Comments: ______________________

____

____

Name: ______________________ Date: __________

Email / Phone: ______________________

Address: ______________________

Comments: ______________________

____

____

Name: ______________________ Date: __________

Email / Phone: ______________________

Address: ______________________

Comments: ______________________

____

____

Name: ______________________ Date: __________

Email / Phone: ______________________

Address: ______________________

Comments: ______________________

____

____

Name: ______________________ Date: __________

Email / Phone: ______________________

Address: ______________________

Comments: ______________________

____

____

Name: ______________________________ Date: ______________

Email / Phone: ____

Address: ____

Comments: ____

____

____

Name: ______________________________ Date: ______________

Email / Phone: ____

Address: ____

Comments: ____

____

____

Name: ______________________________ Date: ______________

Email / Phone: ____

Address: ____

Comments: ____

____

____

Name: ____________________ Date: ____________

Email / Phone: ____________________

Address: ____________________

Comments: ____________________

____

____

Name: ____________________ Date: ____________

Email / Phone: ____________________

Address: ____________________

Comments: ____________________

____

____

Name: ____________________ Date: ____________

Email / Phone: ____________________

Address: ____________________

Comments: ____________________

____

____

Name: ______________________ Date: ____________

Email / Phone: ______________________________

Address: ___________________________________

Comments: __________________________________

____

____

Name: ______________________ Date: ____________

Email / Phone: ______________________________

Address: ___________________________________

Comments: __________________________________

____

____

Name: ______________________ Date: ____________

Email / Phone: ______________________________

Address: ___________________________________

Comments: __________________________________

____

____

Name: ______________________ Date: __________

Email / Phone: ______________________

Address: ______________________

Comments: ______________________

____

____

Name: ______________________ Date: __________

Email / Phone: ______________________

Address: ______________________

Comments: ______________________

____

____

Name: ______________________ Date: __________

Email / Phone: ______________________

Address: ______________________

Comments: ______________________

____

____

Name: ______________________ Date: ____________

Email / Phone: ______________________

Address: ______________________

Comments: ______________________

____

____

Name: ______________________ Date: ____________

Email / Phone: ______________________

Address: ______________________

Comments: ______________________

____

____

Name: ______________________ Date: ____________

Email / Phone: ______________________

Address: ______________________

Comments: ______________________

____

____

Name: ______________________ Date: __________

Email / Phone: ______________________

Address: ______________________

Comments: ______________________

____

____

Name: ______________________ Date: __________

Email / Phone: ______________________

Address: ______________________

Comments: ______________________

____

____

Name: ______________________ Date: __________

Email / Phone: ______________________

Address: ______________________

Comments: ______________________

____

____

Name: ______________________ Date: ____________

Email / Phone: ______________________

Address: ______________________

Comments: ______________________

____

____

Name: ______________________ Date: ____________

Email / Phone: ______________________

Address: ______________________

Comments: ______________________

____

____

Name: ______________________ Date: ____________

Email / Phone: ______________________

Address: ______________________

Comments: ______________________

____

____

Name: ______________________ Date: ____________

Email / Phone: ______________________

Address: ______________________

Comments: ______________________

____

____

Name: ______________________ Date: ____________

Email / Phone: ______________________

Address: ______________________

Comments: ______________________

____

____

Name: ______________________ Date: ____________

Email / Phone: ______________________

Address: ______________________

Comments: ______________________

____

____

Name: ______________________ Date: ____________

Email / Phone: ______________________________

Address: ______________________________

Comments: ______________________________

____

____

Name: ______________________ Date: ____________

Email / Phone: ______________________________

Address: ______________________________

Comments: ______________________________

____

____

Name: ______________________ Date: ____________

Email / Phone: ______________________________

Address: ______________________________

Comments: ______________________________

____

____

Name: ______________________ Date: __________

Email / Phone: ______________________

Address: ______________________

Comments: ______________________

____

____

Name: ______________________ Date: __________

Email / Phone: ______________________

Address: ______________________

Comments: ______________________

____

____

Name: ______________________ Date: __________

Email / Phone: ______________________

Address: ______________________

Comments: ______________________

____

____

Name: ______________________ Date: __________

Email / Phone: ______________________________

Address: ___________________________________

Comments: __________________________________

____

____

Name: ______________________ Date: __________

Email / Phone: ______________________________

Address: ___________________________________

Comments: __________________________________

____

____

Name: ______________________ Date: __________

Email / Phone: ______________________________

Address: ___________________________________

Comments: __________________________________

____

____

Name: ______________________ Date: __________

Email / Phone: ______________________

Address: ______________________

Comments: ______________________

____

____

Name: ______________________ Date: __________

Email / Phone: ______________________

Address: ______________________

Comments: ______________________

____

____

Name: ______________________ Date: __________

Email / Phone: ______________________

Address: ______________________

Comments: ______________________

____

____

Name: ______________________ Date: ____________

Email / Phone: ______________________

Address: ______________________

Comments: ______________________

____

____

Name: ______________________ Date: ____________

Email / Phone: ______________________

Address: ______________________

Comments: ______________________

____

____

Name: ______________________ Date: ____________

Email / Phone: ______________________

Address: ______________________

Comments: ______________________

____

____

Name: ______________________ Date: __________

Email / Phone: ______________________

Address: ______________________

Comments: ______________________

____

____

Name: ______________________ Date: __________

Email / Phone: ______________________

Address: ______________________

Comments: ______________________

____

____

Name: ______________________ Date: __________

Email / Phone: ______________________

Address: ______________________

Comments: ______________________

____

____

Name: ____________________ Date: __________

Email / Phone: ____________________

Address: ____________________

Comments: ____________________

Name: ____________________ Date: __________

Email / Phone: ____________________

Address: ____________________

Comments: ____________________

Name: ____________________ Date: __________

Email / Phone: ____________________

Address: ____________________

Comments: ____________________

Name: ________________ Date: ________

Email / Phone: ________________

Address: ________________

Comments: ________________

Name: ________________ Date: ________

Email / Phone: ________________

Address: ________________

Comments: ________________

Name: ________________ Date: ________

Email / Phone: ________________

Address: ________________

Comments: ________________

Name: ______________________ Date: ____________

Email / Phone: ______________________________

Address: ______________________________

Comments: ______________________________

____

____

Name: ______________________ Date: ____________

Email / Phone: ______________________________

Address: ______________________________

Comments: ______________________________

____

____

Name: ______________________ Date: ____________

Email / Phone: ______________________________

Address: ______________________________

Comments: ______________________________

____

____

Name: ______________________ Date: __________

Email / Phone: ______________________

Address: ______________________

Comments: ______________________

____

____

Name: ______________________ Date: __________

Email / Phone: ______________________

Address: ______________________

Comments: ______________________

____

____

Name: ______________________ Date: __________

Email / Phone: ______________________

Address: ______________________

Comments: ______________________

____

____

Name: ______________________________ Date: ______________

Email / Phone: ____

Address: ____

Comments: ____

____

____

Name: ______________________________ Date: ______________

Email / Phone: ____

Address: ____

Comments: ____

____

____

Name: ______________________________ Date: ______________

Email / Phone: ____

Address: ____

Comments: ____

____

____

Name: ______________________________ Date: ______________

Email / Phone: ______________________________

Address: ______________________________

Comments: ______________________________

____

____

Name: ______________________________ Date: ______________

Email / Phone: ______________________________

Address: ______________________________

Comments: ______________________________

____

____

Name: ______________________________ Date: ______________

Email / Phone: ______________________________

Address: ______________________________

Comments: ______________________________

____

____

Name: ______________________ Date: __________

Email / Phone: ______________________

Address: ______________________

Comments: ______________________

____

____

Name: ______________________ Date: __________

Email / Phone: ______________________

Address: ______________________

Comments: ______________________

____

____

Name: ______________________ Date: __________

Email / Phone: ______________________

Address: ______________________

Comments: ______________________

____

____

Name: ______________________ Date: ____________

Email / Phone: ______________________

Address: ______________________

Comments: ______________________

____

____

Name: ______________________ Date: ____________

Email / Phone: ______________________

Address: ______________________

Comments: ______________________

____

____

Name: ______________________ Date: ____________

Email / Phone: ______________________

Address: ______________________

Comments: ______________________

____

____

Name: ________________ Date: ________

Email / Phone: ________________

Address: ________________

Comments: ________________

Name: ________________ Date: ________

Email / Phone: ________________

Address: ________________

Comments: ________________

Name: ________________ Date: ________

Email / Phone: ________________

Address: ________________

Comments: ________________

Name: ______________________ Date: __________

Email / Phone: ______________________

Address: ______________________

Comments: ______________________

____

____

Name: ______________________ Date: __________

Email / Phone: ______________________

Address: ______________________

Comments: ______________________

____

____

Name: ______________________ Date: __________

Email / Phone: ______________________

Address: ______________________

Comments: ______________________

____

____

Name: ______________________ Date: ____________

Email / Phone: ______________________

Address: ______________________

Comments: ______________________

____

____

Name: ______________________ Date: ____________

Email / Phone: ______________________

Address: ______________________

Comments: ______________________

____

____

Name: ______________________ Date: ____________

Email / Phone: ______________________

Address: ______________________

Comments: ______________________

____

____

Name: Date:

Email / Phone:

Address:

Comments:

Name: Date:

Email / Phone:

Address:

Comments:

Name: Date:

Email / Phone:

Address:

Comments:

Name: ______________________________ Date: ______________

Email / Phone: ______________________________

Address: ______________________________

Comments: ______________________________

____

____

Name: ______________________________ Date: ______________

Email / Phone: ______________________________

Address: ______________________________

Comments: ______________________________

____

____

Name: ______________________________ Date: ______________

Email / Phone: ______________________________

Address: ______________________________

Comments: ______________________________

____

____

Name: ______________________________ Date: ______________

Email / Phone: ____

Address: ____

Comments: ____

____

____

Name: ______________________________ Date: ______________

Email / Phone: ____

Address: ____

Comments: ____

____

____

Name: ______________________________ Date: ______________

Email / Phone: ____

Address: ____

Comments: ____

____

____

Name: ________________________ Date: ____________

Email / Phone: ________________________________

Address: ________________________________

Comments: ________________________________

____

____

Name: ________________________ Date: ____________

Email / Phone: ________________________________

Address: ________________________________

Comments: ________________________________

____

____

Name: ________________________ Date: ____________

Email / Phone: ________________________________

Address: ________________________________

Comments: ________________________________

____

____

Name: ______________________ Date: __________

Email / Phone: ______________________

Address: ______________________

Comments: ______________________

____

____

Name: ______________________ Date: __________

Email / Phone: ______________________

Address: ______________________

Comments: ______________________

____

____

Name: ______________________ Date: __________

Email / Phone: ______________________

Address: ______________________

Comments: ______________________

____

____

Name: ______________________________ Date: ______________

Email / Phone: ______________________________________

Address: ____

Comments: ____

____

____

Name: ______________________________ Date: ______________

Email / Phone: ______________________________________

Address: ____

Comments: ____

____

____

Name: ______________________________ Date: ______________

Email / Phone: ______________________________________

Address: ____

Comments: ____

____

____

Name: ______________________ Date: __________

Email / Phone: ______________________

Address: ______________________

Comments: ______________________

____

____

Name: ______________________ Date: __________

Email / Phone: ______________________

Address: ______________________

Comments: ______________________

____

____

Name: ______________________ Date: __________

Email / Phone: ______________________

Address: ______________________

Comments: ______________________

____

____

Name: ______________________ Date: ____________

Email / Phone: ______________________

Address: ______________________

Comments: ______________________

____

____

Name: ______________________ Date: ____________

Email / Phone: ______________________

Address: ______________________

Comments: ______________________

____

____

Name: ______________________ Date: ____________

Email / Phone: ______________________

Address: ______________________

Comments: ______________________

____

____

Name: ______________________ Date: __________

Email / Phone: ______________________

Address: ______________________

Comments: ______________________

____

____

Name: ______________________ Date: __________

Email / Phone: ______________________

Address: ______________________

Comments: ______________________

____

____

Name: ______________________ Date: __________

Email / Phone: ______________________

Address: ______________________

Comments: ______________________

____

____

Made in the USA
Monee, IL
14 February 2023